கனவு ஓவியம்

AF518773

பதிப்பகம்

Kanavu Oviyam

Edited by Buvaneshwari.N

Copyright ©

Buvaneshwari.N - POETRY WORLD ORG 2021

All rights are reserved. No part of this publication may be reproduced, stored in a retrieval system, or transmitted, in any form or by any means, electronic, mechanical, photocopying, recording or otherwise, without the prior written permission of the publisher. The author asserts the moral right to be identified as the author of this work. Special credits to Dr.Niveditha and Dr.Nitin Chopra.

ISBN (Paperback) - 9789390724376

First Edition : 2021

Book Design by POETRY WORLD

கனவு ஓவியம்

தலைமை தொகுப்பாளர்

Mrs. Parkavi Sivaprakash

தொகுப்பாளர்

Buvaneshwari. N

கனவு ஓவியம்

சிகரத்தை தொட எண்ணிவிட்டால்

சிக்கல்களும் சிகர வாயிலில் சிந்தி கிடக்கும்

பூக்களாகவே தெரியும்.

தலைமை தொகுப்பாளர்

இவள் திருமதி.பார்கவி சிவபிரகாஷ், மஞ்சள் மாநகரமான ஈரோட்டை சேர்ந்தவள். இவள் புனைப்பெயர் "கவியின் கவிதை". கணிதவியல் முதுகலை பட்டம் முடித்தவள். இன்று தன் கனவுகளை முழு மனதோடு ஆர்வமாய் பின் தொடர்கிறாள்.

தனது இன்ஸ்டாகிராம் பக்கத்தில் *(@kaviyinkavithai)* ஏறத்தாழ 2500க்கும் மேற்பட்ட குறுங்கவிதைகள், நீள்கவிதைகள் பல புனைந்துள்ளார். *Spectrum of thoughts*ல் இணை எழுத்தாளராகவும், தன் முதல் கவிதை திரட்டான *"Enticement of fondness/*காதலின் தாகங்கள்" தொகுத்துள்ளார். இப்பொழுது *Poetry World Organisation*ல் தலைமை தொகுப்பாளராய் பல கவிதை திரட்டினை வழங்கி வருகிறார்.

கனவு பயணம்

கனவாய் இருந்த ஒன்று காணல் நீராய் மாறிப்
போயிற்று இன்று..
என்றுமே மறவாத விடயம் நீ..
என் நினைவை விட்டு நீங்காத பொக்கிஷம் நீ..
முதல் காதலை போல், என் முதல் முயற்சியான
உன்னையும் இன்று..
என் கனவுக்களுக்காய் அலைந்ததை விட உனக்காய்
எடுத்த அடிகளே அதிகம்..
கருவிலுற்ற குழந்தையினை கண்டு ரசித்தேன்
அணுஅணுவாய் நான்..
கருவற்று பிடுங்கி தூர எறியச் செய்தது என் கைக்
கொண்டே..
மழைத்துளியினைக் கூட அதீத ரசித்தது இல்லை
இன்று வரை நான்..
நீ சிந்திய முதல் பனித்துளியினை ரசிக்க என் இரு
கண்கள் போதவில்லை அன்று..
முதல்முறை கர்வமுறவும் செய்தேன் என் தூய
மனதிற்கான பரிசு நீயென எண்ணி..
சிறிதும் எதிர்பாரா தருணத்தில் விதியின் கோலத்தின்
விளையாடாயிற்று..
இன்றும் உன்னை கடந்தே என் ஒற்றை பார்வைதனை
உன்மேல் வீசிச் செல்ல நினைக்கிறேன் ஏனோ..
மனதில் லயித்த உன்னை என்றுமே மறவேன்
இறுதிவரை..
நாளை எத்துணை எனக்காய் சொந்தமாயினும் நீயே
பாடமாய் கொண்டுள்ளாய் எனக்கு..

கவியின் கவிதை

தொகுப்பாளர்

என் பெயர் புவனேஸ்வரி நாகராஜன். மல்லிகைக்கு பெயர்போன மதுரையில் பிறந்தவள். நான் என் எண்ணங்களை எழுத்துகளாய் பதிக்க நினைப்பவள். நம் வாழ்க்கை நம் கையில் தான் என்பதை உருதியாய் நம்புபவள்.

ஆழமான நம்பிக்கையுடன்

கரையைத் தேடி கடலில் நிற்கிறேன்
கனவு எனும் படகில்
நம்பிக்கை என்ற துடுப்போடு.
காயங்கள் பல இருந்தும்
காவியங்கள் படைக்கநினைக்கும்
கனவுக் கவி இவள்.
எண்ணங்களே சிறகுகளாய், வெற்றியை நோக்கி
வெறுமைகளை விட்டு பறந்து கொண்டிருக்கிறேன்.
தடைகளும் தூசுதான்
தன்னம்பிக்கை மனதில் இருந்தால்.
படைப்புகளில் வரும் சதாரன பெண் அல்ல
சுட்டெரிக்கும் அக்னி சிறகு இவள்.

புவனேஸ்வரி நாகராஜன்

உள்ளடக்கம்

இரு கைகள்

பார்ப்பதற்கு இரு கண்கள்..!
கேட்பதற்கு இரு காதுகள்..!
நற் சுவையை உணர நாக்கு..!
நறு மணத்தை உணர மூக்கு...!
நடப்பதற்கு இரு கால்கள்..!
வாழ்வதற்கு தேவை நம்பிக்கை மற்றும்
தன்னம்பிக்கை என்று இரு கைகள்...!

பைந்தமிழ் செல்வி

இரும்புப் பெண்மனி அவள்

பெண்ணவள்...திடீர் திருமணம்...
கட்டியவன் மரணம்...
உறவினர்களின் ஒதுக்கம்...
வலி நிறைந்த பிரசவம்...
பிள்ளை பசி தீர வீட்டு வேலை...
சில ஆண் வெறி நாய்களின் கொச்சை பார்வை..
பிள்ளையின் கல்வியிற்கு உடலை வருத்தும் வேலை...
அனைத்தையும் ஏற்றுக்கொண்டாள் சிறிய சிரிப்போடு...
தன் சுயத்தையும் மாற்றிக்கொண்டாள் வலியோடு..
இன்று பிள்ளையின் வாழ்க்கைக்காய் ஒதுக்கப்பட்டு
நிற்கின்றாள் நடு ரோட்டில்...
ஏற்றுக்கொள்வாள் இதையும்... பெண்ணாய்
பிறந்தவளல்லவா...
கடப்பாள் இதையும் சிரிப்போடு...

Abinaya

இவன் ஆணையிட்டால்

மதிபெரும் திங்களும் மகிழ்ந்து ஆடின,
மனதின் ஓரத்தில் இவன் உறங்குவது கண்டு!..
சோர்வாய் சோர்வாய் சோம்பல் தோற்க,
இவனைக் கண்டுள்ளம் தோல்வி பதைக்க!..
இதயமதில் வீடு இவன் அமர களிக்க,
இயலாமை இன்று இறந்து செயலிழக்க!..
முடியா தவித்து முற்றிலே தத்தளிக்க,
தட்டிக் கொடுத்து தடம் பதிக்க செய்வானே!..

உச்சி முதல் உள்ளம் வரை அச்சம் உளற,
கால் நடந்து வந்து இவன் நின்று தளர,
சிக்கி சிறையிருந்த சிதறல்கள்-இவன்
உறுதுணை கொண்டு இயங்கிய தூண்கள்!..
கனவும் வாழ்வில் ஆடி குதிக்க,
இவன் அணைத்து நெஞ்சமெல்லாம் சிறக்க,
அயராது உழைத்து அன்றெண்ணம் முடங்க,
முகத்தின் முன் முறுவல் முறித்தானே!..

Abitha. S

இறை நம்பிக்கை

துன்பம் வந்தபோது
மீண்டு எழச் செய்யும்
உம் வாக்குகள்!
தனிமையில் தவிக்கும்போது
பலப்படுத்தும் உம் நட்பு!
தவறான பாதையில்
செல்ல நினைக்கும்போது
வழிநடத்தும்உம் கரம்!
தோல்வி கண்டு துவளும் போது
தேற்றும் உம் வார்த்தைகள்!
கற்பனைக் கெட்டா அற்புதங்களையும்
கணநேரத்தில் கண் முன்
கொணரும் இறைவா...
உன்னை நம்பினோர் கெடுவதில்லை
நம்பியோர்க்கு வேறு கதி இல்லை!

Sivasri. J S

உணர்வின் வழியில் ஒரு நம்பிக்கை

வாழ்வின் உண்மையே ..
ஒருவருக்கொருவர் தன் மீதோ
நெருக்கமானவர்கள் மீதோ வைக்கும் நம்பிக்கையே...
பிறப்பு என்னும் வாசலில் வாழ்ந்து வளர்ந்து
காதல், நட்பு எனும் பல உறவுகளில்
ஊன்றி கொடுத்து உணர்வாய் நிற்கும்
அழகிய அஃகாமை நம்பிக்கை...
விழி முன் தெரியா வண்ணம் இருக்கும்
ஆழ்ந்து ஊக்க உற்று உணர்வின் வழி
விழி கண்டால் மட்டுமே
நம்பிக்கை என்னும் வானவில்லை காண முடியும்...
நீ வைக்கும் நம்பிக்கை
வாழ்வில் வெற்றி தோல்வியை காட்ட அல்ல...
உனக்கான உன் வாழ்க்கை வாழ...
வெற்றி நம்பிக்கையும் இல்லை
தோல்வி இழப்பும் இல்லை...
ஒவ்வொரு வாய்ப்பும் தோல்வியில் இருந்து
தொடங்கும் என்பதை மனதில் வைத்து
நம்பிக்கை என்னும் உணர்வை உருவாக்கு உன் பிறப்பில்.

திலகவதி கண்ணன்

உன்னில் நீ!

விழிக்கும் விடியல் கதிர் - ஒளியோ?
உன்னில் எழும்பும் சுகஅலை விடியல்
தன்மை உணர்ந் தொரு - நொடி
காட்டும் முழுமை வாழ்வும் அது;
வரை நீயும் தேடல் - உன்னோடு
ஆழ் உள்ளில் பொழுதும் வேண்டும்
செயல் வழி ஆத்மம் - அமைதியுற
பற்றும் பொருள் மீதும் இருக்கும்

உடைமை விரும்பி பிற - களையும்
அறிந்தவை தெளியும் மனமுற உற்றல்;
கலங்கா வாழ்வு தரும் - மனத்தோடு
குற்றமில்லா வழியும் இனிதுற பிறக்கும்
பற்று நினைந்து பற்று - விடாது
கோரும் சிந்தை சமனுடன் சேர
ஏந்தி எதிர்ப் பார்க்கும் - மடைமை
குறுகும் தன்மை வலமை பெறும்

சூர்யா சிவன்

உன் விடா முயற்சி

இருக்கும் வருமானத்தில் வேண்டியதை வாங்கி விடலாம்...
தந்தையின் நம்பிக்கை...
இதை வைத்து குடும்ப பசியை போக்கி விடலாம்..
தாயின் நம்பிக்கை....
எப்படியும் நன்றாக படித்து வேலைக்கு சென்று விடலாம்...
இளைஞனின் நம்பிக்கை...
படித்த படிப்பிற்கு வேலை கிடைத்தது விடும்..
பட்டதாரியின் நம்பிக்கை.
ஆட்சி மாறினால் நல்லது நடக்கும்...
மக்களின் நம்பிக்கை.
அனைவரின் நோக்கமும்
வெவ்வேறு தான்... ஆனால் ...
ஒளிந்திருக்கும் தீப்பொறி என்றுமே ஒன்று தான்....
(நம்பிக்கை)
மனதில் தைத்திடு.. வாழ்வில் ஜெய்திடு .

K. Umamaheswari

உனக்காக நீ

உனக்காக வேறாருமில்லை
வேலை செய்ய...
உன்னுள் மட்டுமல்ல உலகினில்
நீ மட்டுமே தவழ்கிறாய்
உனக்காக உன் கால்கள் நடக்க
உனக்காக உன் மூளை யோசிக்க
உனக்காக உன் இதயம் இயங்க
நீ உனக்காக உன்னுள்
நம்பிக்கை தீபம் ஏற்றிட வேண்டும்.
தலைகனம் இல்லாத
தன்னம்பிக்கை துளிர் விட வேண்டும்.
என்னால் முடியம் என்று சிந்தனையில் கிடக்காமல்
என்னால் தான் முடியுமென்று
செயல்பட வேண்டும் நம்பிக்கையுடன்.

ம.ராகவைத்தமாநிதி

எட்டாக்கனியை தொட்டுப்பிடிக்க...

எட்டி வைக்கும் ஒவ்வொரு அடியும்,
எட்டாக்கனியை தொட்டுப் பிடிக்கத்தான்...
தடுமாற்றம் இன்றி இங்கு எதிலும் மாற்றம் நேர்ந்ததில்லை...
தவறிவிழும் ஒவ்வொரு நொடியும்
யாரும் கற்றுத்தராத பாடத்தை கற்பிக்கும்...
விதைத்த வித்து ஒவ்வொன்றிலும்
வியத்தகு வினை நிகழக் காத்திருக்கும்,
அதை காணக் காத்திருப்பது பெரிதல்ல..
சோர்ந்திருக்காமல் எதிர்பார்த்திருப்பதே பெரிது...
எங்கும் எதிலும் தெளிவு கொண்டால்
கண்காணும் கனவெல்லாம் நிஜமாகும்...
சிறகை விரித்த பறவையாய் வானில் பறக்க
சிந்தையில் எக்கணமும் சிதறாத எண்ணம் வேண்டும்...
சிக்கல் விலக்கி வாழ்வில் இன்பம் காண
எதார்த்த வாழ்வை எதிர்நோக்கிக் காத்திருப்போம்
என்றும் நெஞ்சில் நீங்காத நம்பிக்கையோடு.

தரங்கிணி முருகன்

எதிர்நீச்சல்

சில தருணம் தொலைத்த ஒன்று...

பல இன்னல்களில் நாம் தொலைத்திடா ஒன்று...

இணைபிரியா நண்பன்....

உள்ளார்ந்த ஊன்றுகோல்..

எதிர்பார்ப்பில்லா உறவினன்...

உன் அழைப்பிற்காக காத்திருக்கும் காவலன்...

உன் உயர்விற்காக உடனிருக்கும்

மானசீகமாக காதலன்...

வெற்றிக்களைப்பில் உன்

உயர்வைக்காட்டும் தீரா நசை....

......நம்பிக்கை......

Chitra

என் தோழியின் நம்பிக்கை

"பனியால் நனைந்த ரோஜாப்பூ போல்
அவள் முகம் ஆழகானது
பட்டாம்பூச்சிப் போல் தன் ஆழகை
ரசிக்கவைக்கும் திறன் படைத்தவள்
தானும் சாதிக்கப்பிறந்தவள் என்று
தன் திறமையின் மூலம் நிரூபித்துள்ளவள்
அற்புதமாய் சென்ற அவள் வாழ்வில்
ஒரு சிறிய மாறுபாடு
அவள் மனதில் காதல் மலர்ந்தது
இருவரும் பல இன்பத்துன்பங்களை பகிர்ந்துக்கொண்டடனர்
அவளின் முகத்தில் சந்தோசம் களை கட்டியது
ஆனால் அவனின் மனம் வேறொரு வாழ்க்கையை
விரும்பியது
அவளின் நம்பிக்கை அனைத்தும் கரைந்தது
இப்பொழுது பிறரை நம்பாமல் வாழ்வதே
அவளின் வாழ்க்கையாய் மாறியது"

M.Hemalatha

ஏன் நம்பவில்லை?

இறைவன் மனிதபடைப்பில் - சிலரை
உயர்த்தியோ, பலரை தாழ்த்தியே படைக்கவில்லை...!
பிறகு ஏன் நானொரு ஏழை
நடுத்தரன், பணக்காரன் என
பட்டம் நம் நாமத்தின் பின்னால்...!
பணத்தில் பழுத்த பணக்காரனையினும்,
அடிபட்டு வளர்ந்த நடுத்தரனையினும்,
அனைத்தையும் தாங்கும் உள்ளம் தானே வேண்டும்...!
பார்ப்பதற்கு கண்,
கேட்பதற்கு காது,
சுவைப்பதற்கு நாவு,
நடப்பதற்கு பாதம் - என
உறுப்புக்கள் பல, உடலில் உள்ளதே,
இதை ஏன் நம்மூளை எண்ணவில்லை?

அப்சல் அகமது

ஓர் அகதியின் எதிர்பார்ப்பு

காலங்கள் கடந்தாலும்,
என்சக மனிதர்கள் மாறினாலும்,
மாறாத ஒன்று-என் நம்பிக்கை.
அகதிக் கூண்டின் கதவு திறக்கப்பட்டு
ஈழத்தாயின் செந்நீராடை மாற்றப்பட்டு,
உயிர்பயம் இல்லா வாழ்வும்
பறிக்கப்பட்ட உரிமைகளும்
மறைக்கப்பட்ட குமுறல்களும் வெளிவரும் அந்நாள்!
என் தனிஈழத்தின் திருநாள் மலரும் என்ற நம்பிக்கை!
உறவுகளைப் பிரிந்து,கனவுகளை மறந்து
தாயகத்தைத் தேடி நிற்கும் அகதியின் நிலை
மாறுமா மாறாதா என்ற குழப்பம் நீங்கி என்றாவது
மாறும் என்ற நம்பிக்கையுடன் நான்!

Sharika.D

கனவின் வண்ணம்

சிறு துளி பல வலி
சிதைந்திடாத சிற்ப ஒளி
தூணாய் விளங்கும்
வேரின் பலம்...
போராட்டமாய் போதனையாய்
தளர்ந்திடாத தன்னம்பிக்கையாய்
இழப்பும் ஏற்ப்பும் ஏராளமாய்
கற்றுக்கொண்டது பலவிதமாய்...
எண்ணிலடங்கா
கனாவின் விதை வேராய்,
செயலில் முழு அர்ப்பணிப்பாய்
உடல் பலமும்
உள்ளத்தில் பலமும்
வலுப்பெற்று தாரக
மந்திர சொல்லாக
நம்பிக்கையும்
தன்னம்பிக்கையுமே...

முஹம்மது உமைர்

கனவுகளுக்கும் சிறகு உண்டு

எத்தனையோ விடியலில் கண்களைத் திறந்து
பார்க்கும்போதெல்லாம்,அங்கே ஒரு சிட்டுக்குருவி
மரத்தில் ஒய்யாரமாய் அமர்ந்துக்கொண்டு
ஏளனமாய் என்னைப் பார்த்து சிரிக்கிறது ....
ஒரு நாள் அவனிடத்தில் காரணம் கேட்டேன்,
தன் சின்னஞ்சிறு சிறகினிலே
என்னை ஏற்றிக்கொண்டு
விண்ணை நோக்கி பறந்தது,.
ஆம், என்னால் நம்பவே முடியவில்லை ,
இத்தனை சிறிய சிட்டின் சிறகில் நானா??
அது வேறு ஓர் உலகம்
அங்கே மனித வாடையே இல்லை...
அதன் சிறிய கூட்டிற்கு அன்றைய நாளில்
விருந்தாளி நான் தான்....அங்கே உணவு பதுக்கப்படவில்லை,
சேமிக்கப்பட்டிருந்தது....அந்த கூட்டிற்க்கு வாடகை எதுவும்
தேவையில்லை...
குடிக்கும் தண்ணீருக்கு அங்கே காசு கொடுக்கத்
தேவையில்லை,
அது சுதந்திரமாய் சுற்றித்திரிய கட்டுப்பாடு ஏதுமில்லை..
திடீரென கூவியது சேவல்,உறக்கம் கலைந்து அந்த
அழகான கனவும் கலைந்தது..அதோ! அதோ! அந்த
மரத்தில்..
அதே ஏளனச் சிரிப்போடு அந்த சிட்டு.
இப்போது புரிகிறது அந்தச் சிரிப்பின் காரணம்.
ஆனால் ஏதோ ஓர் "நம்பிக்கை"என்றேனும் ஒரு நாள்
அந்த சிட்டுக்குருவிப் போல எனக்கும் சுதந்திர சிறகு
முளைக்கும் என்று

ஆ.மெர்லின் மரிய பிரவீணா

குடிசையும் ஒரு நாள் கோபுரமாகும்

நடுத்தர வர்க்கமே நம்பிக்கையின் பிறப்பிடம்.
கலங்கரை விளக்கிற்கு சுனாமியால் பாதிப்பில்லை.
மீனவர்களுக்கு நம்பிக்கை ஒளியைக் கொடுக்க
நாளும் வரும் பசியால் பயமில்லை.
விவசாயியை நம்பி வாழும் மக்களுக்கு
நம்பிக்கை என்பது கடனாக கேட்பதில்லை.
கடல் அலை போன்று உருவாக்குவது
ஒவ்வொரு படியிலும் உயர்வு நிச்சயம்.
தளத்தில் தயங்காமல் கால் வைத்தால்
முதலையின் பொறுமையும் முயலின் வேகமும்
சிங்கத்தின் தாக்குதலுமே வாய்ப்பிற்கு உகந்தது.
உடல் சோர்வும் உள்ள தேய்வும்
நம் நம்பிக்கையை அழிக்க கூடாது
மகிழ்ச்சியில் கிடைக்கும் நம்பிக்கையை விட
மனழுதத்தால் பிறக்கும் நம்பிக்கை வலிமையானது.

வெ.நந்தகிருஷ்ணா

சரித்திர பூவைச் சூட

ஆயிரம் தடைகள் வந்துவிட்டுப் போகட்டும்
பையில் பணம் இல்லாமல் போகட்டும்
கையில் வலுவில்லாமல் போகட்டும்
மனதில் ஒரு கனவு உண்டு
அதைச் செய்ய ஒரு துணிவு உண்டு
நேரம் குறைவு தான்... நேசம் அதிகம் தான்
வெற்றியோ தோல்வியோ
வெந்தனல் வேள்வியோ
விழப் போவது உறுதி
விழுந்து எழப் போவதும் உறுதி.
வீசும் காற்றும் சொல்லட்டும்
உன்னை விடாப் பிடிகாரன் என்று
சாகப் போகும் உடம்பை வைத்து
சாகாத சரித்திரம் ஒன்று செய்வோம்
நம்பிக்கையின் நற்கனி வைத்து.

மோனிஷா

சிறகுகள் விரியட்டும்

எதையும் எதிர் கொள்வேன்
என்ற மனநிலை மட்டுமே
நம்பிக்கையை கொடுக்கும்..!
நம்பிக்கை குறையும் போது
எதிரிகளையும் துரோகிகளையும்
நினைத்துக் கொள்வேன்..!
மலையை பார்த்து
மலைத்து விடாதே மலை மீது
ஏறினால் அதுவும் உன்
காலடியில் கீழ்..!
மொத்த உலகமும் முடியாது
என்று சொல்லும் போது
'ஒரு வேளை முடியலாம்'
என்று கேட்கும்
குரலே நம்பிக்கை..!
வாழ்க்கை வாழ்வதற்கே
சிறகுகள் விரியட்டும்.

Karthiga Selvi.R

தன்னம்பிக்கை

மண்ணில் விதை போடும் விவசாயிகளின் நம்பிக்கை...
மருத்துவரிடம் செல்லும் மக்களின் நம்பிக்கை...
உயிரை கொடுத்து உயிரை ஈனும் தாயின் நம்பிக்கை...
உலகைக் காண கருவில் குதிக்கும் குழந்தையின்
நம்பிக்கை...
உள்ளத்தில் இடம் கிடைக்க உலகையே
உலா வரும் காதலனின் நம்பிக்கை...
உணவு கிடைக்க சாரை சாரையாய் செல்லும்
எறும்புகளின் நம்பிக்கை...
உரிமை கிடைக்க உயிருள்ள வரை
போராடும் புரட்சியாளனின் நம்பிக்கை...
பூக்கள் மலரும் என காத்துக் கொண்டிருக்கும்
தேனீக்களின் நம்பிக்கை...
பிறந்து ஒரு நாளில் இறப்பாயினும்
விடாது பறக்கும் ஈசலின் நம்பிக்கை...
வாழ்க்கை மலர கடவுளை நாடும் பக்தனின் நம்பிக்கை...
எத்தனை முறை விழுந்தாலும்
வெற்றியை நோக்கி ஓடும் வீரனின் நம்பிக்கை...
உன்னால் முடியாது என்று உலகம் கூறும் போது
உனக்குள் கேட்கும் உன்னத வார்த்தைதான் நம்பிக்கை...
நம்பிக்கை தான் வாழ்க்கை...
நம்பிக்கையோடு போராடு...
நாளை மலரும் உன் வாழ்க்கை..
உலகம் உன் கையில்.

S.Pragatheeswari

தன்னம்பிக்கையின் துணிவோடு

என் முன்னே இருப்பது
பூக்கள் நிறைந்த சோலையல்ல..
இருப்பினும்
புன்னைகையோடே
முன் செல்கிறேன்...
தடைகளை தகர்த்தெறியும்
தன்னம்பிக்கையை துணைக்கொண்டு....
முட்களையும் மோதிப்பார்க்கும்
துணிவோடு.

மகிழ்

தன்னம்பிக்கை கொள்

விவசாயக்கு மழையின் மீது நம்பிக்கை,
பறவைகளுக்கு சிறகின் மீது நம்பிக்கை,
மக்களுக்கு தலைவர் மீது நம்பிக்கை,
காதலர்களுக்கு காதல் மீது நம்பிக்கை,
மாணவர்களுக்கு கல்வி மீது நம்பிக்கை,
பெற்றோருக்கு பிள்ளைகள் மீது நம்பிக்கை,
இளைஞர்களுக்கு வாழ்க்கையின் மீது நம்பிக்கை,
தொழிலாளர்களுக்கு வேலையின் மீது நம்பிக்கை,
விலங்குகளுக்கு தன்னினத்தின் மீது நம்பிக்கை,
மனிதனுக்கு கடவுளின் மீது நம்பிக்கை,
நண்பனுக்கு நம் மீது நம்பிக்கை,
நம்பிக்கை உன் மீது வைப்பாய்,
இப்படி ஒருவரின்மீதான
கண்மூடித்தனமான நம்பிக்கை
சிலநேரம் நம் இதயத்தை உடைந்துவிடும்.
துரோகத்தின் வலி பெற்றவருக்கே தெரியும்.

அ.ர.கவிதா

துணிவே துணை

கருவுற்ற பெண்ணுக்கு கணவன் மீது நம்பிக்கை
மழலையை ஈன்ற பெண்ணுக்கு மருத்துவர் மீது நம்பிக்கை
பிள்ளை வளர்க்கும் பெண்ணுக்கு நடத்தை மீது நம்பிக்கை,
வளர்ந்த பெண் பிள்ளைக்கு பழகும் நட்பின் மீது நம்பிக்கை,
தக்க வயது அடையும் தருணத்தில்
தன் உணர்வின் மீது நம்பிக்கை,
உணர்வு கலங்கும் நேரத்தில் காதலன் மீது நம்பிக்கை,
காதல் கை சேரும் நேரம் வாழ்க்கை மீது நம்பிக்கை,
வாழ்ந்த நாள் முடியும் நேரம்
செய்த புன்னியத்தின் மீது நம்பிக்கை,
நம் ஆன்மாவுக்கு சொர்க்கம் மீது நம்பிக்கை,
நம்பிக்கையே வாழ்வின் எல்லை....

நாமக்கல் செந்தில்.

துளிர்

இரவுக்கு நிலவொளி நம்பிக்கை
பகலுக்கு கதிரவன் நம்பிக்கை
கவிஞனுக்கு பேனா நம்பிக்கை
கடல்பயணத்திற்கு கலங்கரை நம்பிக்கை
வாகனத்திற்கு சக்கரங்கள் நம்பிக்கை
விவசாயத்திற்கு மழை நம்பிக்கை
மரத்திற்கு வேர் நம்பிக்கை
மனிதருக்கு அன்பு நம்பிக்கை
உறவுக்கு புரிதல் நம்பிக்கை
உரிமைக்கு தேடல் நம்பிக்கை
நம்பிக்கை வாழ்வின் உயிர்நாடி
நாளைபொழுது நன்னாளாகும் என்று
கண்ணயர்கிறோம் இன்று
நாதன் நம்மை வழிநடத்துவார் என்று
வெற்றி நடைபோடுவோம் நின்று.

M.Lurthu Jesu Jency

தொலைந்து போகிறேன்

அடர்ந்த வனத்தில்..
கண்களை கட்டிக்கொண்டு
தொலைந்து போகிறேன்..!!
என் கரம் பிடித்து..!
என் விழியாய் நீ இருந்து..!
என் துணையாய் நீ நின்று..!
என்றும் ஒன்றாய் பயணித்து..!
என்னை வழி சேர்ப்பாய் என்பதினாலே..!!
தொலைந்து போகிறேன்..
'துணிவுடன்'!
'தூய நம்பிக்கையுடன்'..!

கனிஷ்கா ஜெயக்குமார்

நம்பகமற்ற நீடிப்புகள்

தொடர்பில்லா நாழிகையில்
தொடர்பில்லாமலே துண்டிக்கப்படுகிறது
எனக்கான எல்லாம் .....
ஏதோ ஒரு அழைப்பு,
என்னை மட்டுமே சாடிய
ஒய்யார ஓலங்கள்.....
எங்கே செல்ல எனக்கான கதவுகள்
எங்கேயோ தொய்வுற்று கிடப்பது...
எதை தேடிய என் பயணம்....
மூச்சடைந்து நிற்கிறது துடிப்புகளற்று...
இனி வாழா வாழ்க்கைக்காய்
ஏன் இந்த பரிதவிப்புகள்....
இந்த மண்ணோடு மட்டும்.....
சிறகுகள்யின்றி வாழ்வதற்க்கு
இனி ஏதுமற்ற சடலமாய்
மாறியதுபோதும்...எரிப்பதற்குயேனும்
சில உணர்வுகள் தேவை...
விழிகள் மூடியே உறங்கிக்கிடக்க
நம்பகமான சுற்றுசூழலென
ஏதுமில்லை இனி உறவுகள்...!!

சந்தியா

நம்பிக்கை தான் வாழ்க்கை

சுழலும் என்று பூமியையும்...
உதிக்கும் என்று சூரியனையும்...
விடியும் என்று விண்ணையும்...
பொழியும் என்று மழையையும்...
விளையும் என்று நிலத்தையும்...
பூக்கும் என்று செடியையும்...
கனியும் என்று காயையும்...
நம்பும் நீ......
முடியும் என்று உன்னை நம்பு - அந்த
நம்பிக்கை வழி நடத்தும்
வெற்றியின் பாதையில்.

Lishisubhasiny S V

நம்பிக்கை- நமது மூன்றாம் கை

மனிதனுக்கு இரண்டு கையல்ல
மூன்று கை.. அதுவே நம்பிக்கை!
எவர் கை கொடுக்காவிட்டாலும்
நம்பிக்கை கை கொடுக்கும்...
ஒருமுறை தோல்வியுற்றால்
வருந்தாதே ! மறுமுறை முயற்சிசெய்.
உனது முயற்சியில் நம்பிக்கை கொள்....
உனது நம்பிக்கை ஒருநாள் நிச்சயம்..
உனது தோல்வியை வெற்றியாய் மாற்றியமைக்கும்!
நம்பிக்கை மீதே ஒருவன்
நம்பிக்கை கொள்ளாதவன் வாழ்வில்
நிச்சயம் தோல்வியைச் சந்திப்பான்...
நம்பிக்கை...
நமது மூன்றாம் கை!

சொ.மணிகண்டன்

நம்பிக்கை கொள்

வானம் பார்த்துப் பழகாதே
பறக்கும் திறன் வளர்த்துக்கொள்.
வண்ணத்துப்பூச்சியைப் பிடிக்க நினைக்காதே
சிறகை விரித்துப் பறக்கப் பழிக்குப்.
கண் காட்டும் ஆசையில் மயங்காதே
மனம் பதித்த பாதையில் பயணம் கொள்.
வாழும் வயதில் ஓய்ந்துவிடாதே
ஒய்யார வாழ்வை வாழப் பழகிக் கொள்.
ஓய்வு பெற்ற பின்னும்
ஓட்டம் நிறுத்தத்தை களைத்தாலும்
உழைத்து வாழ நினைப்பில் கொள்.
தோல்விகள் துரத்தத் துவண்டுவிடாதே
ஏளனம் கண்டு அஞ்சிவிடாதே
நினைப்பில் கொண்ட வாழ்வை
நெஞ்சில் நிறைந்த நம்பிக்கையுடன்
எட்டிப் பிடிக்கும் வரை ஓய்ந்துவிடாதே.

சந்திரசேகரன் பாபு

நம்பிக்கை வேண்டுமடா மனிதா!

ஐந்நூறு அடிகளால் காயப்பட்டாலும்,
ஆயிரம் வார்த்தைகளால் குத்தப்பட்டாளும்,
தோல்வியே கதி என்று இருந்தாலும்,
இதுவே விதி என்று ஓடினாலும்,
நீ கடந்த பாதை சிறிதாக இருந்தாலும்,
நீ கடக்க போகும் பாதை பெரிதாக இருந்தாலும்,
எல்லோரும் உன்னை பார்த்து ஏளனம் செய்தாலும்,
எழ நினைத்து மறுபடியும் எட்டடி விழுந்தாலும்,
காய்ந்து கருகிய சிறு இலை கூட,
காற்றில் கையை விரித்து பறக்கும்,
ஏதாவது ஒரு கை உதவிடும் என்ற நிற்கதியாய் நின்று,
உன்னிடம் இருக்கும் நம்பிக்கையை மறவாதே,
எரிமலை ஆனாலும் இமயமலை ஆனாலும்,
வெற்றிக் கொடி ஏற்ற நம்பிக்கை வேண்டுமடா மனிதா!!

சதாக்ஷி. சி

நம்பிக்கையின் ஓட்டம்

நெடுந்தூரம் வாழ்க்கை பாதை
நெடுஞ்சாலை முழுவதும் நெரிசல் பாதை!
சலிக்காமல் பணத்தை தேடி
ஓட்டப்பந்தயத்தில் ஒரு பாதை!
சல்லிசல்லியாய் நொருங்கிபோன வாழ்வை
சப்பக்கட்டு கட்ட ஓடும்
கூட்டத்தின் வழி மறுபாதை!
நன்றியுள்ள ஜீவனாம் ! நாய்க்கு கூட மரியாதை
நம்பிக்கையோடு தினம்
நடைபாதையில்
நடைபோடும் மனிதனுக்கு கிடைக்காத மரியாதை
பணக்காரனின் ஓட்டமோ?
பாமரனின் ஓட்டமோ?
நம்பிக்கை நாட்டமே உயிர்
நாடியாய் ஓடுகிறது. என்றாவது?
கனவுகளுக்கு வழி காட்டாதா?
என்ற நம்பிக்கையோடு.

ஸ்ருதி, மயிலாடுதுறை.

நம்பிக்கையுடன் நான்

நம்பிக்கை...

முயற்சியின் ஆணிவேர்.

நாளை பிறப்பது நம்பிக்கையில் தான்...

நாலு நண்பர்கள் இருப்பதும் நம்பிக்கையில் தான்...

நமக்கு நாமே நம்பிக்கை தான்...

நல்லதும் நம்பிக்கை தான்

தீயதும் நம்பிக்கை தான்...

அடுத்த நொடி நம்பிக்கை தான்...

வெற்றியோ தோல்வியோ

நம்பிக்கையின் விருந்தாளிகள் தான்....

இரு மனங்களின் வாழ்வாதாரம் நம்பிக்கையில் தான்...

மழலையின் முதல் புரிதல் நம்பிக்கை தான்...

என் கவிதையின் முடிவும்

என் நம்பிக்கையில் தான்.

அர்ச்சனா முத்துக்கார்த்திக்

நம்பிக்கையே வாழ்வு

மனிதனாய் பிறந்து விட்டால் வேண்டும் நம்பிக்கை
பிறக்கும்போது வைத்தியரில் நம்பிக்கை
பிறந்தபின் தாயினில் நம்பிக்கை
கை பிடித்து நடக்கையில் தந்தையில் நம்பிக்கை
பள்ளி செல்லும்போது ஆசானில் நம்பிக்கை
பரீட்சையின் போது வரும் புள்ளியில் நம்பிக்கை
பள்ளி முடித்தபின் படித்த படிப்பினில் நம்பிக்கை
வேலையை தேடும் போது அரசுமீது நம்பிக்கை
துணையொன்றை தெரியும்போது காதலில் நம்பிக்கை
வழுவிழக்கும்போது இறைவனில் நம்பிக்கை
குழந்தை பெறும்போது முதுமையில் நம்பிக்கை
தோல்வியின்போது முயற்சியில் நம்பிக்கை
பெற்ற குழந்தையை வளர்க்கும்போது நம்மீது நம்பிக்க
பிள்ளைகளை நன்றாக வளர்ந்த பின்
வாழ்க்கையிலேயே ஒரு நம்பிக்கை தோன்றுகின்றது.

ச.விதுசன் மிராண்டா

நம்பிக்கையோ கனவு

திக்கற்று திரியும் காற்றிற்கு செல்லும்
திசை அனைத்தும் தன்
முகவரியை போல
என் கால் பதியும் இடம்
அனைத்தும் என் மைதானமே...
என் கனவு அனைத்தும்
ஆகாயமாக நிற்க,
எட்டி பிடிக்க விமானம்
இல்லை என்னிடம்,
மனதில் சிறகு கட்டி,
தோல்விகளின் வலியை
ஏணிப் படிகள் ஆக்கி
ஒரு நாள் உன்னை சிறைபிடிப்பேன்---
என் கற்பனையே..

செ.முகில்

நம்பினால் வெற்றி நிச்சயம்

முட்டி மோதி முயன்றுதான்
விதையும் விருட்சமாகும்!!!
உளி பட்டுப்பட்டு உடைந்துதான்
கருங்கல்லும் சிற்பமாகும்!!!
கொட்டி கொட்டி சேர்த்துதான்
கருத்துக்கள் காவியமாகும்!!!
சலசலவென நிற்காமல் ஓடினால்தான்
நீர்துளிகள் அருவியாகும்!!!
ஸ்வரங்கள் ஏழும் சேர்ந்தால்தான்
தேனமுத பண்ணாகும்!!!
உன்னை நீ நம்பினால்
உன் வாழ்வில் வெற்றி உண்டாகும்!!!
நம்பிக்கையோடு எட்டுவைத்து
நடந்துபார் நீயும் மாறுவாய்...
சாதனையாக அல்ல சரித்திரமாக!!!

ப.சிவபிரகதீஷ்

நாணயம்

மனிதர்கள் அனைவரும்
நாணயமாக இருக்க மட்டும் அல்லாமல்,
நா நயமாகவும் இருக்க வேண்டும்.
உலகில் உள்ள பொருள்களை
"நாணயமாக வாங்க வேண்டும்"
என்பதற்கே,
நாணயம் உருவாக்கப்பட்டது.
பூ ,தலை என இரு பக்கம் கொண்ட
நாணயத்தின் மதிப்பு,
ஒரு பக்கம் கொண்டே மதிப்பிடப்படுகிறது.
நல்லவன், கெட்டவன் என இரு பக்கம் கொண்ட
மனிதனின் மதிப்பு,
நல்லவன் என்ற
ஒரு பக்கம் கொண்டே மதிப்பிடப்படுகிறது.
நாணயம் சுண்டப்படுகையில்
பூ, தலை
எது எப்பொழுது வருமென்று தெரியாது.
மனிதனின் வாழ்வில்
இன்பம், துன்பம்
எது எப்பொழுது வருமென்று தெரியாது.
கற்றுக்கொள்வோம்
நாணயத்திடமிருந்து...

Subramani.N

நாளைய விடியல் நமது

காற்றாய் போகும் நேற்றின் கையில்
அகப்பட்டு இருக்காதே0,
இன்னலாய் இருக்கும் இன்றின் கையில்
இடிந்து போகாதே,
ஊற்றாய் ஊறும் நாளையை கை
குலுக்க கடந்தோடு,
கொஞ்சம் விரைந்தோடு,
சூரியன் உதிப்பது மட்டும் விடியல் என்றால்
நூல் பொம்மையாக்கு சூரியனை
உன் கைகளில்,
விதியின் பையில் அல்ல,
நம்பிக்கையுடன் எட்டு வை
விடியட்டும் நாளைய காலை,
முடியட்டும் இளைஞர்களின் கோழை,
நிரம்பட்டும் சரித்திரத்தின் பேழை
நமக்கானது நாளைய விடியல்.

ஞாழல்

நானும் நம்பிக்கையும்

நம்பிக்கை
உருவமில்லா உன்னோடு கொண்ட உறவால்
தொடங்குகிறேன் என்நாளை பொலிவுடன்
கனவின் மேல்கொண்ட காதல்பித்து உச்சத்தை
அடைய கவிழ்வேன் என வந்த
கைகளுக்கு மத்தியில் நிமிர்வேன்
என அணைத்த கை நீயே!
தோற்றேன் நானும் பலமுறை என்னோடு
நீ இருப்பதை மறந்தே
கேலியாய் என் முயற்சியை நகைக்கவே
செவிடாய் மாறினேன் _பதில் கூறு என்றபோது
ஊமையாயும் மாறினேன்
வலிகளும் நிறைய
அவமானங்கள் அறைய
விழிகளும் நீரால் நிரம்ப
கனவின் வெறி தலைக்கேற
நகருகிறேன் நானும்..
எல்லாம் நடக்கும் என்ற
நம்பிக்கையிலே!!

Maryam Ahamed jeelani sikkander

பயணிக்காத பாதை

இம்மண்ணை நான் முத்தமிட்டது முதல்
இம்மண் என்னை முத்தமிடுவதற்குள்
என் இலக்கிற்கு என்னை இரையாக்க
என் கனவுகளுக்குக் காணிக்கை செலுத்த
ஒவ்வொரு நாளும் ஓடவேண்டும் என்று
எண்ணும் வேளைகளில் ஒளிந்து கொண்டிருந்த,
வீண் உருவங்களும் ஒளிகொள்ள;
சில சமயங்களில் அவனை நண்பனாக்கி
சில சமயங்களில் அவன் துரோகியாகி
காதல் கனவுகளுக்கு கைகொடுக்காமல்
கனவுகளையே காதலித்து கரம்பற்ற
காவலன் கள்வனைத் துரத்துவதுபோல
கனவுகள் என்னைத் துரத்த;
பயணிக்காத பாதைகளில் பாதங்கள் பதியுமென,
நகர்கின்றது என் நாட்கள் நம்பிக்கையுடன்!

RAMYA. T

புதிய விடியல்

எல்லாம் ஓர் நாள் நலமாகும்....

என்ற நம்பிக்கையில்

நகர்கிறேன் நாளைய

விடியலை நோக்கி....

முட்களோடு முட்டிக்கொண்டிருக்கிறேன்..

நாளை முத்துப்பூச்சாரலில்

நனையமாட்டேனா என்ற நம்பிக்கையில்..

அஸ்தமித்த சூரியனை நோக்கி

புதிய விடியலின் பயணம்.....

நாளை புலர்ந்துவிடும் என்ற நம்பிக்கையில்...

இருப்பேனா இல்லை மரிப்பேனா

இருந்தும் மறைவேனா...

மறைந்தும் இருப்பேனா...

யான் அறியேன்......இருந்தும் தொடர்கிறேன்.....

புதிய விடியலின் நம்பிக்கையில்.

Sankari Jaya Samyuktha Kangapathi

பூவிதழ் போராட்டம்

இயற்கையது இசைவில்
இனிமையோடு புன்முறுவலிக்கும்,
பூக்களது பூவிதல் போராட்டம் அறிவாயோ !!!
தென்றலது தீண்டி வீழ்ந்ததொரு விதைப்பந்து
விருட்சமாக எண்ணி வீழா எண்ணம் கொண்டு,
கடந்ததொரு கார்முகில் கவர்ந்து சென்றதது
கள்வமது உள்ளம் கொண்டதனை,
உள்ளமது உருகச் செய்து
உருகுலையச் செய்ததொரு உறைபனியது,
வெள்ளமது தீண்டி வெளியேறச்
செய்ததொரு வேடிக்கையதனை,
கதிரவனது கானம் கொண்டு
உணர்விழந்ததொரு உதிரமற்றது,
வேரூன்ற மெய்வருத்தி விலகிச்
சென்றதொரு விகாரமுற்ற விமர்சனம்,
கவிழ்மனம் கடந்து காட்சியதனை புகுத்தி,
கார்வென்று, கதிர் கொண்டு, உள்ளமது பூண்டு
அழுத்தமது கடந்து அன்பில் மலர்ந்ததொரு
மலரின் மாசற்ற நம்பிக்கையதனை
மண்ணுலகம் போற்றலாகுமே !!!..

SAKTHIVEL M

பொற்றோற்களின் மீதான நம்பிக்கை

பொற்றோற்களின் மீதான
நம்பிக்கை
முகம் தெரியாத உறவுகளின்
காதலையும் நம்பாதே.
உயிர் என்று கூறும் உறவுகளின்
வார்த்தைகளையும் நம்பாதே.
நீ தான் என் உலகமென்று
உரைப்பவர்களின்அன்பையும் நம்பாதே.
உன்னைச் சுற்றி உள்ள சொந்தங்களின்
பாசத்தையிம் நம்பாதே.
உனக்காகத்தான் வாழ்கிறேன் என்று
சொல்லும் நட்பையும் நம்பாதே.
உன்னை கருவில் சுமந்த
உன் அன்னையையும்,
உன்னை நெஞ்சில் சுமக்கும்
உன் தந்தையயையும்
உன்னுடைய செயல்களையும் மட்டுமே
நீ ஏற்பளித்தல் வேண்டும்.

மு.ஹேர்ஷினி

மரணிக்காமல் வா

மரணிக்காமல் வா!....
கனவுகள் மிதிபடுகையில்
கண்ணீர் துளிகள் உடைபடுகையில்
காலங்கள் களவாடப்படுகையில்
உறவுகளால் நீ கைவிடப்படுகையில்
வீழாமல் எழுந்து வா!...
தோல்வியின் மடிதனில்
கல்லறைதனை தேடாமல்
வெற்றிக்கனிதனை நீ சுவைக்க
உனக்காக காத்திருக்கிறேன்
புன்னகையோடு ஓடோடி வா!...
இழப்புகள் அதிகமாகையில்
உனக்காக உடனிருக்கிறேன்
என்னைக்கொண்டு உலகைவென்றிட
உன்னைக்கொல்லாமல் வெற்றி
வீரனாக வலம்வர நீ வா!

V. Antelson

வாழ்வின் மேன்மை

சேய் தாய் மேல் வைக்கும்
நம்பிக்கை அன்பாகிறது
பிள்ளை தந்தை மேல் வைக்கும்
நம்பிக்கை மரியாதையாகிறது
மாணவர் ஆசிரியர் மேல் வைக்கும்
நம்பிக்கை பண்பாகிறது
மனிதன் கடவுள் மேல் வைக்கும்
நம்பிக்கை பக்தியாகிறது
நாம் நம் மீது வைக்கும்
நம்பிக்கை வாழ்கையாகிறது.

மு.கணேஷ் ராம்

விடியல்

வாழ்க்கையின் அச்சாணி!
மனிதனின் சிறு நேரக் கடவுள்!
எப்போதுவது அதிசயம் நிகழ்த்தும்
திறனும் இதற்கு உண்டு!
ஆனால், உண்மை என்னவெனில்
ஒவ்வொரு நாளின் விடியலும் கூட
ஒரு புது நம்பிக்கை தான்!
இதுவும் ஒரு மதம் தான்
தீவிரமாய் பின்பற்றினால்
வெறி பிடிக்காது!
வெற்றி நிச்சயம்! அவ்வாறே!
எனது கனவு ஓவியமும் தீட்டப்படும்
நம்பிக்கையில் நான்!

SHANMUGAVADIVU.R

விவசாயி

உழவன் எனும் உழைப்பாளி,
அவன் இறைவன் கொடுத்த தொழிலாளி..
மன்னனுக்கும் உணவென்பது,
இவன் மண்ணில் கால் பதித்தப் பிறகே..

களைகளைப் பிரித்து பயிரிடுவான்,
அவன் கலைகள் யாவும் புரிந்திடுவான்..
வயதால் மூப்பு அடைந்தாலும்,
இவன் மனதால் சோர்வு கண்டதில்லை..

தன்னலம் பாராது உழைத்திடுவான்,
அவன் பிறர் நலம் பேணிக்காத்திடுவான்..
பூமித்தாய் ஈன்றெடுத்த கலைஞன்,
இவன ஏழை நெஞ்சங்களின் தலைவன்..

இறைவன் படைத்த முதலாளி,
அவனே நம் உயிரைக் காக்கும் விவசாயி..
உழைப்பால் முன்னேறும் இவனுக்கு,
தன் இரு கைகள் தான் நம்பிக்கை.

மகா கணபதி

வீரனின் நம்பிக்கை

உன் வெற்றியில் ஆயிரம் பேர் இருப்பினும்
தோல்வியில் உன்னுடன் நிற்பது நம்பிக்கை
ஒவ்வொரு முறை நீ
உடையும் போதும்
உன்னை மறுபடியும் உருவாக்குவது
உன் நம்பிக்கையே!!
கால நேர அச்சமின்றி
நம்பிக்கையோடு வீர நடை பாட்டு
வெற்றி கொள் தோழனே!!

நிதின்.

வீழ்ச்சி நிறந்தரம் அல்ல!

தினந்தோறும் உன்னை விழிக்க உதவும்
கடவுளின் முடிவு நீ தோற்க வேண்டும் என்பதல்ல!
நீ தினம் பார்த்து ரசிக்கும் அந்த
சந்திரன் இருக்கிறான் உன் புலம்பலை கேட்க!
சூரியனும் உனக்கு சரியான சந்தர்பத்தின்
பாதையை காண்பிக்கவே உதிக்கிறது!
அனைத்தும் உனக்காக இயங்கும் போது,
உலகம் உனக்கு எதிராய் திரும்புவதை
ஏன் நினைக்கிறது உன் மனம்?
ஆரறிவு இருப்பதுடன் ஆழ்மனதில் ஆற்றல் வேண்டும்!
சுயநினைவோடு இருப்பதுடன் சுயமரியாதை வேண்டும்!
கத்தி தோற்கும் அளவிற்கு உன் புத்தியை தீட்டு!
உலகை மாற்றும் ஆயுதமும் அது தான்!
மற்றவர் சென்ற பாதையது உனக்கானது அல்ல!
சரித்திர படைப்பாளிகளின் முடிவதுவல்லவே!
புதிய பாதை நீ அமைக்க,
புதிய மனிதனாய் பிறவி எடுக்க வேண்டும்!
உன் மனம் கூறும் வார்தைகளை கேள்!
இச்சமூகம் எதிர்பார்க்கும் புதிய விடியல் நீ!
இவ்வுலகம் உன் மாற்றத்தை எதிர்ப்பார்கிறது!
நம்பிக்கையை நிமிர்த்தி நடந்து செல்!
உனக்கு வெற்றி வாகை சுட உலகம் காத்திருக்கிறது!

மு. யாமினி சோனா வைஷ்ணவி

வெற்றியின் மீது நம்பிக்கை..

துவண்டப் பொழுது தூணாக இருக்கும்.
தவறி விழும் பொழுது துணையாக நிலைக்கும்.
எத்தனை வெற்றிகள் பெற்றாலும் உன் வாழ்வில்.
மீண்டும் ஒரு வெற்றிக்கு வழி வகுக்கும்.
உன் வழியில் தடைகள் ஆயிரம் இருப்பினும்.
உன்னால் முடியும் கடந்து செல் என்று,
உனக்குள் நம்பிக்கையெனும் விதை விதைக்கும்.
நீ யாராயினும், உன் குறிக்கோல் என்னவாயினும்,
ஒரு நண்பனை போல் உன்னோடு இருக்கும்.
வெற்றிகள் மட்டுமே வாழ்க்கை இல்லை.!
தோல்விகள் என்றும் நிரந்தரமில்லை.!
வெற்றிக்குப்பின் தோல்வி, தோல்விக்குப்பின் வெற்றி.
இதுதான் உனக்கு தாரக மந்திரம் மனிதா!
வெற்றி தோல்வியை நிர்ணயிப்பது உன் நம்பிக்கையே!
மறக்காதே ஒருநாளும் மறந்துவிடாதே எந்நாளும்.!

Dinesh (தினேஷ்)

வெற்றியை நம்புவீர்

இச்செய லெம்மால் ஆகா தென்று
எண்ணும் எண்ணம் கிள்ளி யெறிவீர்
எல்லாம் என்னா லொண்ணு மென்று
எண்ணிச் செயல்தனில் இறங்கி வெல்வீர்..!!
காலன் வந்து வீசும் வரையும்
காலம் நம்மகக் கைதனில் உள்ளது
இடைவரும் இடரெலாம் தடை யன்று
கடைவரை வெற்றி உமக்கே, நம்புவீர்..!!

அ. முகிலன்

வெற்றிக் கனிகளையும் சுவைக்கப் பிறந்தவள் நான்

நான் கொள்ளும் நம்பிக்கைகளின் மீது
அதிக உறுதி கொண்டவள் நான்!
என் மீது நம்பிக்கை கொள்வதில் என்றுமே
சலித்தவள் அல்ல!
காரணம் பிறரால் நான் அடைந்த ஏமாற்றங்கள்.
பிறருக்காக வாழ்வதும் வாழ்க்கையே!
ஆனால் நமக்கென்று என்றுமே
வாழாமல் இருப்பது நிச்சயம்
நமக்கான வாழ்க்கை அல்ல!
நாம் செய்யும் செயல்களின் மீதான நம்பிக்கையே
நம்மை அதில் வெற்றியடையச் செய்யும்.
நம் மீது நம்பிக்கை கொள்வோம்!
நிறைய வெற்றி கனிகளை சுவைப்போம்!

கா.மோகனபிரியா